Impressum
Verlag: BABADADA GmbH, Nedderfeld 112 , 22529 Hamburg
Geschäftsführer / Verlagsleitung: Harald Hof
Druck: Books on Demand GmbH, In de Tarpen 42, 22848 Norderstedt

Imprint
Publisher: BABADADA GmbH, Nedderfeld 112 , 22529 Hamburg, Germany
Managing Director / Publishing direction: Harald Hof
Print: Books on Demand GmbH, In de Tarpen 42, 22848 Norderstedt

phòng học
classroom

chia
divide

186/2

bảng viết
board

sân trường
school yard

giáo viên
teacher

giấy
paper

viết
write

cây bút
pen

bàn làm việc
desk

cây thước
ruler

sách
book

học sinh
pupil

cặp đeo vai học sinh
satchel

hộp đựng bút
pencil case

bút chì
pencil

cái gọt bút chì
pencil sharpener

cục tẩy
rubber

tập giấy vẽ
drawing pad

bản vẽ

drawing

cọ vẽ

paintbrush

hộp mực vẽ

paint box

cây kéo

scissors

keo dán

glue

sách bài tập

exercise book

bài tập ở nhà

homework

12

số

number

2+2

cộng

add

5-2

trừ

subtract

2×2

nhân

multiply

tính toán

calculate

A

chữ cái

letter

ABCDEFG HIJKLMN OPQRSTU VWXYZ

bảng chữ cái

alphabet

hello

từ

word

văn bản

text

đọc

read

phấn viết

chalk

bài học

lesson

sổ lớp

register

thi kiểm tra

examination

chứng chỉ

certificate

đồng phục học sinh

school uniform

giáo dục

education

từ điển bách khoa

encyclopedia

đại học

university

kính hiển vi

microscope

bản đồ

map

thùng rác giấy

waste-paper basket

khách sạn
hotel

nhà trọ
hostel

quầy đổi tiền
currency exchange office

va li
suitcase

xe ô tô
car

ngôn ngữ
language

có / không
yes / no

ô kê
Okay

Xin chào
hello

thông dịch viên
translator

cám ơn
Thank you

... bao nhiêu tiều?

how much is...?

tôi không hiểu

I don´t get it

vấn đề

problem

Xin chào! (buổi tối)

Good evening!

xin chào! (buổi sáng)

Good morning!

chúc ngủ ngon!

Good night!

tạm biệt

goodbye

hướng đi

direction

hành lý

luggage

túi xách

bag

túi ba lô

backpack

khách

guest

phòng

room

túi ngủ

sleeping bag

lều

tent

thông tin du lịch

tourist information

bãi biển

beach

thẻ tín dụng

credit card

ăn sáng

breakfast

ăn trưa

lunch

ăn tối

dinner

vé xe

Ticket

thang máy

elevator

tem bưu điện

stamp

biên giới

border

hải quan

customs

đại sứ quán

embassy

thị thực

visa

hộ chiếu

passport

máy bay
airplane

tàu thủy
ship

xe cứu hỏa
fire truck

xe buýt
bus

xe tải
truck

xuồng máy
motorboat

xe đạp
bike

xe ô tô
car

phà

ferry

xuồng

boat

xe máy

motorbike

xe cảnh sát

police car

xe đua

racing car

xe cho thuê

rental car

dịch vụ thuê xe tự lái

car sharing

xe kéo cứu hộ

tow truck

xe rác

garbage truck

động cơ

engine

xăng

fuel

trạm xăng

fuel station

biển báo giao thông

traffic sign

giao thông

traffic

ách tắc giao thông

traffic jam

bãi đậu xe

parking lot

nhà ga

train station

đường ray

tracks

xe lửa

train

tàu điện

tram

toa xe

wagon

máy bay trực thăng

helicopter

sân bay

airport

tháp

tower

hành khách

passenger

côngtenơ

container

thùng các-tông

carton

xe đẩy

cart

cái giỏ

basket

cất cánh / hạ cánh

take off / land

thành phố
city

làng

village

trung tâm thành phố

city center

nhà

house

rạp chiếu phim
movie theater

quảng cáo
advert

đèn đường
street light

CINEMA

đường phố
street

taxi
taxi

quán ăn nhẹ
snack shop

người đi bộ
pedestrian

vỉa hè
sidewalk

phần đường có vạch cho người đi bộ
zebra crossing

thùng rác lớn
dumpster

ngã tư giao thông
crossing

đèn hiệu giao thông
traffic lights

nhà chòi

hut

căn hộ

apartment

nhà ga

train station

tòa thị chính

city hall

viện bảo tàng

museum

trường học

school

đại học

university

ngân hàng

bank

bệnh viện

hospital

khách sạn

hotel

hiệu thuốc

pharmacy

văn phòng

office

hiệu sách

book shop

cửa hiệu

shop

cửa hiệu bán hoa

flower shop

siêu thị

supermarket

chợ

market

cửa hàng bách hóa

department store

người bán cá

fishmonger's shop

trung tâm mua bán

mall

bến cảng

harbor

công viên

park

ghế băng

bench

cầu

bridge

cầu thang

stairs

tàu điện ngầm

subway

đường hầm

tunnel

trạm xe buýt

bus stop

quán bar

bar

khách sạn

restaurant

hòm thư công cộng

postbox

bảng hiệu đường

street sign

đồng hồ đậu xe

parking meter

vườn bách thú

zoo

bể bơi

swimming pool

nhà thờ Hồi giáo

mosque

nông trại
farm

ô nhiễm môi trường
pollution

nghĩa trang
cemetery

nhà thờ
church

sân chơi
playground

ngôi đền
temple

phong cảnh
landscape

lá cây
leaf

bảng chỉ đường
signpost

lối đi
path

bãi cỏ
meadow

hòn đá
stone

người đi bộ đường dài
hiker

cây
tree

sông
river

cỏ
grass

bông hoa
flower

thung lũng

valley

đồi

hill

hồ nước

lake

rừng

forest

sa mạc

desert

núi lửa

volcano

lâu đài

castle

cầu vồng

rainbow

nấm

mushroom

cây cọ

palm tree

con muỗi

mosquito

con ruồi

fly

con kiến

ant

con ong

bee

con nhện

spider

bọ cánh cứng

beetle

con ếch

frog

con sóc

squirrel

con nhím

hedgehog

con thỏ

hare

con cú

owl

con chim

bird

thiên nga

swan

heo rừng

boar

con hươu

deer

nai sừng tấm

moose

đê

dam

tuabin gió

wind turbine

tấm năng lượng mặt trời

solar panel

khí hậu

climate

bồi bàn
waiter

thực đơn
menu

ghế
chair

súp
soup

bánh pizza
pizza

bộ dao nĩa ăn
cutlery

khăn trải bàn
tablecloth

món ăn khai vị
starter

món ăn chính
main course

món tráng miệng
dessert

thức uống
drinks

thức ăn
food

cái chai
bottle

thức ăn nhanh

fast food

thức ăn đường phố

street food

ấm trà

teapot

hộp đường

sugar bowl

khẩu phần

portion

máy pha espresso

espresso machine

ghế cao

high chair

hóa đơn

bill

khay

tray

dao

knife

nĩa

fork

thìa

spoon

thìa uống trà

teaspoon

khăn ăn

serviette

cốc thủy tinh

glass

đĩa

plate

đĩa súp

soup plate

đĩa lót cốc

saucer

nước sốt

sauce

lọ muối

salt shaker

cái xay tiêu

pepper mill

giấm

vinegar

dầu

oil

gia vị

spices

nước xốt cà chua

ketchup

tương hạt cải

mustard

nước sốt mayonnaise

mayonnaise

chào giá đặc biệt
special offer

khách hàng
customer

sản phẩm từ sữa
dairy products

FOR

trái cây
fruit

xe đẩy mua sắm
shopping cart

lò mổ

butcher's shop

cửa hiệu bán bánh mì

bakery

cân nặng

weigh

rau quả

vegetables

thịt

meat

thức ăn đông lạnh

frozen food

lát thịt nguội

cold cuts

đồ hộp

canned food

bột giặt

detergent

đồ ngọt

candy

sản phẩm dùng trong gia đình

household products

chất tẩy rửa

cleaning products

người bán hàng

sales representative

quầy trả tiền

cash register

nhân viên thu ngân

cashier

danh sách mua sắm

shopping list

giờ mở cửa

opening hours

ví tiền

wallet

thẻ tín dụng

credit card

túi đeo

bag

túi ny lông

plastic bag

nước

water

nước quả ép

juice

sữa

milk

coca-cola

coke

rượu vang

wine

bia

beer

cồn

alcohol

cacao

cocoa

trà

tea

cà phê

coffee

espresso

espresso

cappuccino

cappuccino

chuối

banana

quả táo

apple

quả cam

orange

dưa hấu

melon

chanh

lemon

cà rốt

carrot

tỏi

garlic

tre

bamboo

củ hành

onion

nấm

mushroom

hạt dẻ

nuts

mì

noodles

mì spaghetti

spaghetti

cơm

rice

xà lách

salad

khoai tây chiên

fries

khoai tây chiên

fried potatoes

bánh pizza

pizza

bánh hamburger

hamburger

bánh mì sandwich

sandwich

thịt côtlet

escalope

thịt giăm bông

ham

xúc xích

salami

dồi

sausage

gà

chicken

rán

roast

cá

fish

cháo yến mạch

porridge oats

cháo muesli

muesli

bánh bột ngô nướng

cornflakes

bột mì

flour

bánh sừng bò

croissant

bánh mì

bread roll

bánh mì

bread

bánh mì nướng

toast

bánh bích quy

cookies

bơ

butter

sữa đông

curd

bánh ngọt

cake

trứng

egg

trứng rán

fried egg

pho mát

cheese

kem

ice cream

đường

sugar

mật ong

honey

mứt

jelly

kem nougat

nougat cream

cà ri

curry

nhà nông trại
farm house

kiện rơm
straw bale

nhà vựa
barn

cánh đồng
field

con ngựa
horse

xe moóc
trailer

ngựa con
foal

máy kéo
tractor

con lừa
donkey

con cừu
sheep

cừu con
lamb

con dê
goat

con bò
cow

con bê
calf

con lợn
pig

lợn con
piglet

bò đực
bull

con ngỗng

goose

con vịt

duck

gà con

chick

gà mái

hen

gà trống

cockerel

con chuột

rat

mèo

cat

chuột nhắt

mouse

bò đực

ox

con chó

dog

nhà chuồng chó

dog house

ống tưới vườn cây

garden hose

thùng tưới cây

watering can

lưỡi hái

scythe

cái cày

plow

cái liềm

sickle

cái cuốc

hoe

cái chĩa

pitchfork

cái rìu

axe

xe cút kít

pushcart

máng ăn

trough

lọ sữa

milk can

bao tải

sack

hàng rào

fence

chuồng

stable

nhà kính trồng cây

greenhouse

đất trồng

soil

hạt giống

seed

phân bón

fertilizer

máy gặt đập liên hợp

combine harvester

thu hoạch
harvest

mùa thu hoạch
harvest

khoai lang
yams

lúa mì
wheat

đậu nành
soya

khoai tây
potato

ngô
corn

hạt cải dầu
rapeseed

cây ăn trái
fruit tree

sắn
manioc

ngũ cốc
grain

ống khỏi
chimney

mái nhà
roof

ống máng mước mưa
downspout

cửa sổ
window

ga ra
garage

chuông cửa
doorbell

cửa
door

thùng rác
trash can

hòm thư
mailbox

vườn
garden

phòng khách
living room

phòng tắm
bathroom

bếp
kitchen

phòng ngủ
bedroom

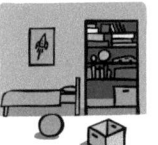

phòng trẻ em
kids room

phòng ăn
dining room

nền nhà

floor

tường

wall

trần nhà

ceiling

tầng hầm

cellar

tắm hơi

sauna

ban công

balcony

sân hiên

terrace

bể bơi

pool

máy cắt cỏ

lawn mower

khăn trải giường

sheet

khăn trải giường

bedspread

giường

bed

chổi

broom

cái xô

bucket

công tắc điện

switch

giấy dán tường
wallpaper

hình ảnh
picture

đèn
lamp

cái kệ
shelf

tủ
cabinet

lò sưởi
fireplace

ti vi
television

bông hoa
flower

gối
cushion

ghế sofa
sofa

bình hoa
vase

điều khiển từ xa
remote control

thảm
carpet

rèm
drape

cái bàn
table

ghế
chair

ghế bập bênh
rocking chair

ghế bành
armchair

sách

book

cái chăn

blanket

đồ trang trí

decoration

củi

firewood

phim

film

máy hi-fi

stereo system

chìa khóa

key

báo

newspaper

bức tranh

painting

áp phích

poster

radio

radio

sổ ghi chép

notebook

máy hút bụi

vacuum cleaner

cây xương rồng

cactus

cây nến

candle

lò viba
microwave oven

tủ lạnh
fridge

cái cân trong bếp
kitchen scales

máy nướng bánh
toaster

chất tẩy rửa
laundry detergent

lò nướng
stove

ngăn tủ đông lạnh
freezer

thùng rác
trash can

máy rửa bát
dishwasher

lò nấu

cooker

nồi

pot

nồi sắt

cast-iron pot

chảo

wok / kadai

chảo

pan

ấm đun nước

kettle

nồi đun hơi

steamer

khay lò nướng

baking tray

bát đĩa

crockery

cốc

mug

cái bát

bowl

đũa

chopsticks

cái vá

ladle

bàn xẻng

spatula

que đánh kem

whisk

rây dùng trong bếp

strainer

cái rây lọc

sieve

cái nạo

grater

vữa

mortar

vỉ nướng

barbecue

ngọn lửa trần

fireplace

cái thớt

chopping board

trục cán bột

rolling pin

cái mở nút chai

corkscrew

vỏ đồ hộp

can

cái mở vỏ đồ hộp

can opener

miếng nhấc nồi

oven cloth

bồn rửa bát

sink

bàn chải

brush

miếng xốp

sponge

máy xay

blender

tủ đông lạnh

deep freezer

bình sữa cho trẻ sơ sinh

baby bottle

vòi nước

tap

lò sưởi
heating

vòi hoa sen
shower

khăn lau
towel

rèm che ngăn tắm
shower curtain

tắm bọt
bubble bath

bồn tắm
bathtub

cốc thủy tinh
glass

máy giặt
washing machine

gạch lát
tiles

vòi nước
tap

cái bô
potty

bồn rửa bát
sink

bồn cầu
toilet

bồn cầu ngồi xổm
squat toilet

bồn rửa hậu môn
bidet

bồn tiểu tiện
urinal

giấy vệ sinh
toilet paper

bàn chải cọ bồn cầu
toilet brush

bàn chải đánh răng

toothbrush

kem đánh răng

toothpaste

chỉ nha khoa

dental floss

rửa

wash

vòi sen cầm tay

hand shower

vòi rửa hậu môn

douche

bồn rửa

basin

bàn chải cọ lưng

back brush

xà phòng

soap

sữa tắm

shower gel

dầu gội

shampoo

khăn cọ để tắm

flannel

lỗ thoát nước

drain

kem

creme

chất khử mùi

deodorant

gương

mirror

gương tay

hand mirror

dao cạo râu

razor

kem cạo râu

shaving foam

nước thơm dùng sau khi cạo râu

aftershave

cái lược

comb

bàn chải

brush

máy xấy tóc

hair-dryer

keo xịt tóc

hairspray

đồ trang điểm

makeup

thỏi son môi

lipstick

sơn bôi móng

nail varnish

bông

cotton wool

kéo cắt móng

nail scissors

nước hoa

perfume

túi đựng đồ tắm

washbag

ghế đẩu

stool

cái cân

weighing scales

áo choàng tắm

bathrobe

găng tay làm vệ sinh

rubber gloves

nút gạc

tampon

băng vệ sinh

sanitary towel

nhà vệ sinh hóa chất

chemical toilet

đồng hồ báo thức
alarm clock

thú bông
cuddly toy

xe đồ chơi
toy car

cái lúc lắc
rattle

nhà búp bê
doll's house

món quà
present

bong bóng
balloon

giường
bed

xe nôi
stroller

trò chơi bài
deck of cards

trò chơi ghép hình
jigsaw

truyện tranh
comic

gạch Lego

lego bricks

khối xếp hình

toy blocks

nhân vật hành động

action figure

áo liền quần cho trẻ sơ sinh

romper suit

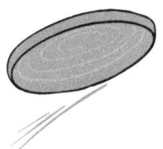

đĩa nhựa để ném

frisbee

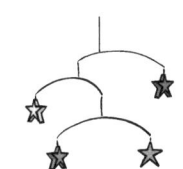

đồ chơi treo trên giường

mobile

trò chơi cờ bàn

board game

xúc xắc

dice

đồ chơi xe lửa mô hình

model train set

ti giả

pacifier

buổi tiệc

party

sách tranh

picture book

quả bóng

ball

búp bê

doll

chơi

play

hố cát

sandpit

cái đu

swing

đồ chơi

toys

máy chơi game cầm tay

video game console

xe ba bánh

tricycle

gấu bông

teddy bear

tủ quần áo

wardrobe

y phục
clothing

bít tất

socks

bít tất dài

stockings

quần tất

tights

khăn choàng cổ
scarf

ô che mưa
umbrella

áp phông
t-shirt

dây thắt lưng
belt

dép đi trong nhà
slippers

ủng
boots

giày sneaker
sneakers

dép xăng đan
sandals

giày
shoes

ủng cao su
rubber boots

quần lót
underwear

áo ngực
bra

áo vest
undershirt

áo ôm sát cơ thể
body

quần dài
pants

quần bò
jeans

váy
skirt

áo cánh
blouse

áo sơ mi
shirt

áo len chui đầu
pullover

áo len
sweater

áo blazer
blazer

áo jacket
jacket

áo khoác
coat

áo mưa
raincoat

trang phục
costume

áo váy
dress

áo cưới
wedding dress

bộ com lê

suit

áo ngủ

nightgown

pijama

pajamas

trang phục sari

sari

khăn trùm đầu

headscarf

khăn đội đầu

turban

áo burka

burka

áo captan

kaftan

áo aba

abaya

quần áo bơi

swimsuit

quần bơi

trunks

quần đùi

shorts

quần áo tracksuit

tracksuit

tạp dề

apron

găng tay

gloves

y phục - clothing

cái cúc

button

kính mắt

glasses

vòng đeo tay

bracelet

vòng cổ

necklace

nhẫn

ring

hoa tai

earring

mũ lưỡi trai

cap

cái mắc treo áo quần

coat hanger

mũ

hat

cà vạt

tie

dây kéo phéc mơ tuya

zip

mũ bảo hiểm

helmet

dây đeo quần

braces

đồng phục học sinh

school uniform

đồng phục

uniform

yém trẻ em
....
bib

ti giả
....
pacifier

tã lót
....
diaper

máy chủ
server

tủ hồ sơ
filing cabinet

giấy
paper

máy in
printer

màn hình
monitor

chuột máy tính
mouse

bàn làm việc
desk

thư mục
folder

bàn phím
keyboard

thùng rác giấy
waste-paper basket

máy tính
computer

ghế
chair

cốc cà phê
....
coffee mug

máy tính bỏ túi
....
calculator

internet
....
internet

laptop

laptop

thư

letter

tin nhắn

message

điện thoại di động

cell phone

mạng

network

máy photocopy

photocopier

phần mềm

software

điện thoại

telephone

ổ cắm điện

plug socket

máy fax

fax machine

mẫu đơn

form

chứng từ

document

mua
buy

trả tiền
pay

buôn bán
trade

tiền
money

đô la
dollar

Euro
euro

yên
yen

rúp
rouble

franc Thụy Sĩ
Swiss franc

nhân dân tệ
renminbi yuan

rupi
rupee

máy rút tiền tự động
cash point

quầy đổi tiền

currency exchange office

vàng

gold

bạc

silver

dầu

oil

năng lượng

energy

giá tiền

price

hợp đồng

contract

thuế

tax

cổ phiếu

stock

làm việc

work

nhân viên

employee

chủ lao động

employer

nhà máy

factory

cửa hiệu

shop

nhân viên cảnh sát
police officer

lính cứu hỏa
fireman

đầu bếp
cook

bác sĩ
doctor

phi công
pilot

người làm vườn
gardener

thợ mộc
carpenter

thợ may
seamstress

chánh án
judge

nhà hóa học
chemist

diễn viên
actor

tài xế xe buýt

bus driver

người lái taxi

taxi driver

ngư dân

fisherman

người lau dọn vệ sinh

cleaning lady

thợ lợp mái nhà

roofer

bồi bàn

waiter

thợ săn

hunter

họa sĩ

painter

thợ làm bánh

baker

thợ điện

electrician

thợ xây dựng

builder

kỹ sư

engineer

người hàng thịt

butcher

thợ sửa ống nước

plumber

người đưa thư

postman

người lính

soldier

kiến trúc sư

architect

nhân viên thu ngân

cashier

người bán hoa

florist

thợ cắt tóc

hairdresser

nhân viên soát vé

conductor

thợ cơ khí

mechanic

thuyền trưởng

captain

nha sĩ

dentist

nhà khoa học

scientist

giáo sĩ Do thái

rabbi

lãnh tụ Hồi giáo

imam

nhà sư

monk

mục sư

pastor

kìm
pliers

cây búa
hammer

tua vít
screwdriver

đèn pin
torch

cờ lê
wrench

máy xúc đất

excavator

hộp dụng cụ

toolbox

cái thang

ladder

cưa

saw

đinh

nails

máy khoan

drill

sửa chữa
repair

cái xẻng
shovel

khốn nạn!
Damn!

cái hót rác
dustpan

thùng sơn
paint can

vít
screws

nhạc cụ
musical instruments

loa
loud speaker

bộ trống
drum set

đàn ghi ta
guitar

đàn công tra bát
double bass

kèn trompet
trumpet

đàn piano

piano

đàn vĩ cầm

violin

ghi ta bass

bass

trống định âm

timpani

trống

drums

đàn organ

keyboard

kèn Saxophone

saxophone

sáo

flute

micro

microphone

nhạc cụ - musical instruments

con cọp
tiger

lối vào
entrance

lồng
cage

ngựa vằn
zebra

thức ăn gia súc
animal feed

gấu trúc
panda

động vật

animals

con voi

elephant

chuột túi

kangaroo

tê giác

rhino

khỉ đột

gorilla

con gấu

bear

lạc đà
camel

đà điểu
ostrich

sư tử
lion

con khỉ
monkey

hồng hạc
flamingo

con vẹt
parrot

gấu bắc cực
polar bear

chim cánh cụt
penguin

cá mập
shark

con công
peacock

con rắn
snake

cá sấu
crocodile

người trông giữ vườn bách
thú
zookeeper

hải cẩu
seal

báo đốm
jaguar

ngựa lùn

pony

con báo

leopard

hà mã

hippo

hươu cao cổ

giraffe

đại bàng

eagle

heo rừng

boar

cá

fish

con rùa

turtle

hải mã

walrus

con cáo

fox

linh dương

gazelle

bóng bầu dục Mỹ
American football

đua xe đạp
cycling

quần vợt
tennis

bóng rổ
basketball

bơi
swimming

khúc côn cầu trên băng
ice hockey

đấm bốc
boxing

bóng đá
soccer

cầu lông
badminton

điền kinh
athletics

bóng ném
handball

trượt tuyết
skiing

polo
polo

nhảy
jump

ca hát
sing

cầu nguyện
pray

ôm
hug

cười
laugh

đi bộ
walk

hôn
kiss

mơ
dream

viết	vẽ	chỉ trỏ
write	draw	show
đẩy	cho	lấy đi
push	give	take

có
have

làm
do

thì / là
be

đứng
stand

chạy
run

kéo
pull

ném
throw

rơi
fall

nằm
lie

chờ đợi
wait

mang vác
carry

ngồi
sit

mặc quần áo
get dressed

ngủ
sleep

thức dậy
wake up

xem

look at

khóc

cry

vuốt ve

stroke

chải

comb

nói chuyện

talk

hiểu

understand

câu hỏi

ask

nghe

listen

uống

drink

ăn

eat

dọn dẹp

tidy up

yêu

love

nấu nướng

cook

lái xe

drive

bay

fly

đi thuyền buồm

sail

tính toán

calculate

đọc

read

học

learn

làm việc

work

cưới

marry

khâu vá

sew

đánh răng

brush teeth

giết

kill

hút thuốc

smoke

gửi đi

send

à nội (ngoại)
randmother

ông nội (ngoại)
grandfather

cha
father

mẹ
mother

trẻ con
baby

con gái
daughter

con trai
son

khách

guest

cô (dì)

aunt

chú, bác (cậu)

uncle

anh (em) trai

brother

chị (em) gái

sister

trán
forehead

mắt
eye

vai
shoulder

ngón tay
finger

mặt
face

cằm
chin

bàn tay
hand

chân
leg

ngực
breast

cánh tay
arm

trẻ con

baby

đàn ông

man

phụ nữ

woman

bé gái

girl

bé trai

boy

đầu

head

lưng

back

bụng

belly

rốn

navel

ngón chân

toe

gót chân

heel

xương

bone

hông

hip

đầu gối

knee

khuỷu tay

elbow

mũi

nose

mông

buttocks

da

skin

má

cheek

tai

ear

môi

lip

cơ thể - body

miệng

mouth

răng

tooth

lưỡi

tongue

não

brain

tim

heart

cơ bắp

muscle

phổi

lung

gan

liver

dạ dày

stomach

thận

kidneys

giao hợp

sex

bao cao su

condom

noãn

ovum

tinh dịch

semen

mang thai

pregnancy

kinh nguyệt

menstruation

âm vật

vagina

dương vật

penis

lông mày

eyebrow

tóc

hair

cổ

neck

bệnh viện
hospital

xe cứu thương
ambulance

xe lăn
wheelchair

gãy xương
fracture

bác sĩ

doctor

phòng cấp cứu

emergency room

y tá

nurse

cấp cứu

emergency

bất tỉnh

unconscious

cơn đau

pain

bị thương

injury

chảy máu

bleeding

nhồi máu cơ tim

heart attack

đột quỵ

stroke

dị ứng

allergy

ho

cough

sốt

fever

cúm

flu

tiêu chảy

diarrhea

đau đầu

headache

ung thư

cancer

bệnh tiểu đường

diabetes

bác sĩ phẫu thuật

surgeon

dao mổ

scalpel

giải phẫu

operation

chụp cắt lớp

CT

chụp x-quang

x-ray

siêu âm

ultrasound

mặt nạ

face mask

bệnh

disease

phòng đợi

waiting room

cái nạng

crutch

băng dán vết thương

plaster

băng bó

bandage

tiêm thuốc

injection

ống nghe khám bệnh

stethoscope

băng ca

stretcher

nhiệt kế

clinical thermometer

sinh đẻ

birth

thừa cân

overweight

máy trợ thính

hearing aid

chất khử trùng

disinfectant

nhiễm trùng

infection

vi rút

virus

HIV / AIDS

HIV / AIDS

thuốc

medicine

tiêm chủng

vaccination

thuốc viên

tablets

viên thuốc

pill

gọi cấp cứu

emergency call

máy đo huyết áp

blood pressure monitor

bệnh / khỏe mạnh

ill / healthy

cứu!

Help!

báo động

alarm

cuộc đột kích

assault

sự tấn công

attack

mối nguy hiểm

danger

lối thoát hiểm

emergency exit

cháy!

Fire!

bình chữa cháy

fire extinguisher

tai nạn

accident

bộ dụng cụ sơ cứu

first-aid kit

SOS

SOS

cảnh sát

police

châu Âu

Europe

Bắc Mỹ

North America

Nam Mỹ

South America

châu Phi

Africa

châu Á

Asia

châu Úc

Australia

Đại Tây Dương

Atlantic

Thái Bình Dương

Pacific

Ấn Độ Dương

Indian Ocean

Nam Cực Dương

Antarctic Ocean

Bắc Băng Dương

Arctic Ocean

bắc cực

North pole

nam cực

South pole

nam cực

Antarctica

trái đất

earth

đất liền

land

biển

sea

đảo

island

quốc gia

nation

nhà nước

state

mặt đồng hồ

clock face

kim chỉ giờ

hour hand

kim chỉ phút

minute hand

kim chỉ giây

second hand

Bây giờ là mấy giờ?

What time is it?

ngày

day

thời gian

time

bây giờ

now

đồng hồ điện tử

digital watch

phút

minute

giờ

hour

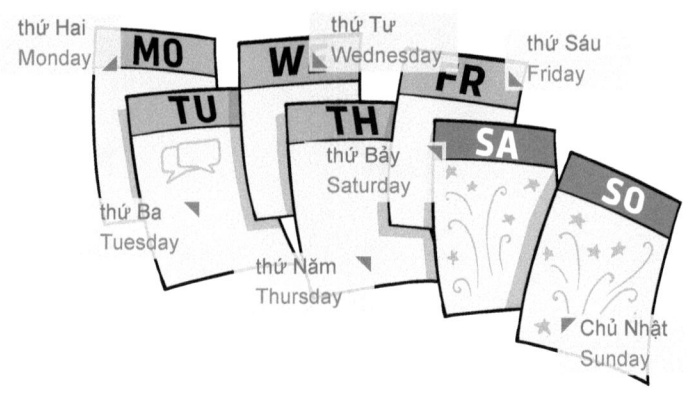

thứ Hai
Monday

thứ Tư
Wednesday

thứ Sáu
Friday

thứ Ba
Tuesday

thứ Bảy
Saturday

thứ Năm
Thursday

Chủ Nhật
Sunday

hôm qua
yesterday

hôm nay
today

ngày mai
tomorrow

buổi sáng
morning

buổi trưa
noon

buổi tối
evening

ngày làm việc
workdays

cuối tuần
weekend

mưa
rain

cầu vồng
rainbow

gió
wind

tuyết
snow

mùa xuân
spring

mùa thu
fall

mùa hè
summer

mùa đông
winter

dự báo thời tiết

weather forecast

nhiệt kế

thermometer

ánh nắng

sunshine

mây

cloud

sương mù

fog

độ ẩm không khí

humidity

tia chớp

lightning

sấm sét

thunder

cơn bão

storm

mưa đá

hail

gió mùa

monsoon

lũ lụt

flood

nước đá

ice

tháng Một

January

tháng Hai

February

tháng Ba

March

tháng Tư

April

tháng Năm

May

tháng Sáu

June

tháng Bảy

July

tháng Tám

August

năm - year

tháng Chín
....
September

tháng Mười
....
October

tháng Mười Một
....
November

tháng Mười Hai
....
December

hình dạng
shapes

hình tròn
....
circle

hình vuông
....
square

hình chữ nhật
....
rectangle

hình tam giác
....
triangle

hình cầu
....
sphere

khối vuông
....
cube

màu trắng

white

màu vàng

yellow

màu cam

orange

màu hồng

pink

màu đỏ

red

màu tím

purple

màu xanh dương

blue

màu xanh lá cây

green

màu nâu

brown

màu xám

gray

màu đen

black

nhiều / ít

a lot / a little

tức tối / điềm tĩnh

angry / calm

xinh đẹp / xấu xí

beautiful / ugly

bắt đầu / kết thúc

beginning / end

to / nhỏ

big / small

sáng / tối

bright / dark

anh (em) trai / chị (em) gái

brother / sister

sạch / bẩn

clean / dirty

đủ / thiếu

complete / incomplete

ngày / đêm

day / night

chết / sống

dead / alive

rộng / chật hẹp

wide / narrow

ăn được / không ăn được

edible / inedible

ác / tử tế

evil / kind

hào hứng / chán nản

excited / bored

béo / gầy

fat / thin

đầu tiên / cuối cùng

first / last

bạn / thù

friend / enemy

đầy / rỗng

full / empty

cứng / mềm

hard / soft

nặng / nhẹ

heavy / light

đói / khát

hunger / thirst

bệnh / khỏe mạnh

ill / healthy

bất hợp pháp / hợp pháp

illegal / legal

thông minh / ngu

intelligent / stupid

trái / phải

left / right

gần / xa

near / far

mới / cũ

new / used

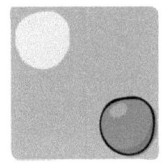

không có gì cả / có cái gì đó

nothing / something

già / trẻ

old / young

bật / tắc

on / off

mở / đóng

open / closed

im lặng / ồn ào

quiet / loud

giàu / nghèo

rich / poor

đúng / sai

right / wrong

sần sùi / mịn màng

rough / smooth

buồn / vui

sad / happy

ngắn / dài

short / long

chậm / nhanh

slow / fast

ẩm ướt / khô ráo

wet / dry

ấm áp / mát mẻ

warm / cool

chiến tranh / hòa bình

war / peace

đối lập - opposites

0

số không

zero

1

một

one

2

hai

two

3

ba

three

4

bốn

four

5

năm

five

6

sáu

six

7

bảy

seven

8

tám

eight

9

chín

nine

10

mười

ten

11

mười một

eleven

12

mười hai

twelve

13

mười ba

thirteen

14

mười bốn

fourteen

15

mười lăm

fifteen

16

mười sáu

sixteen

17

mười bảy

seventeen

18

mười tám

eighteen

19

mười chín

nineteen

20

hai mươi

twenty

100

một trăm

hundred

1.000

một ngàn

thousand

1.000.000

một triệu

million

tiếng Anh

English

tiếng Anh Mỹ

American English

tiếng Quan Thoại

Chinese Mandarin

tiếng Hin-di

Hindi

tiếng Tây Ban Nha

Spanish

tiếng Pháp

French

tiếng Ả-rập

Arabic

tiếng Nga

Russian

tiếng Bồ Đào Nha

Portuguese

tiếng Bengal

Bengali

tiếng Đức

German

tiếng Nhật

Japanese

tôi
I

bạn
you

anh ta / cô ta / nó
he / she / it

chúng tôi
we

các bạn
you

họ
they

ai?
who?

cái gì?
what?

như thế nào?
how?

ở đâu?
where?

lúc nào?
when?

tên
name

phía sau

behind

ở trong

in

phía trước

in front of

phía trên

over

ở trên

on

ở dưới

under

bên cạnh

beside

ở giữa

between

chỗ

place